# அன்பெனும் அதிசயமே

## ஜெய்ஷாந்த்.மோ

aelay
publish

அன்பெனும் அதிசயமே

கவிதை

ஆசிரியர் : ஜெய்ஷாந்த்.மோ 2022 ©

முதல் பதிப்பு : டிசம்பர் 2022

வெளியீடு : ஏலே பதிப்பகம்

5/175, பாத்திமா நகர், கூத்தென்குழி,

திருநெல்வேலி - 627104

தொடர்புக்கு : +91 9944992571


**Anbenum Athisayamae**

Poetry

All rights reserved

by   Jaishanth.M 2022 ©

Insta id : M.J Divineflame

First Edition : December  2022

Pages:  103

**ISBN : 978-93-5533-583-8**

Aelay Publish

Contact :  +91  9944992571

Designed by : Aelay publish team

# கவியுரை

**கா**லம் காலமாக கவிதைகள் கடத்தல் பொருளாகவே செயல்படுகிறது ஆம் உலகின் மிகச்சிறந்த கடத்தல் பொருள் கவிதைகள் தான் ஒவ்வொரு கவிஞனும் ஒரு கடத்தல் காரன்தான்.. ஒரு கவிஞன் தன் எண்ணங்களை அனுபவங்களை உணர்ச்சிகளை ஊர் அறிய வேண்டும் என்று கடத்துவானோ இல்லையோ ஆனால் அவன் கடத்துவதில் இருந்து ஏதோ ஒரு கருத்துக்களை ஊர் அறியத்தான் செய்கிறது.. ஆனால் கவிதைகள் பெரும்பாலும் காதலையோ இயற்கையின் செழுமையை தான் கடத்துகிறதா பாரதி தன் கவிகளில் பாரத விடுதலையை கடத்த வில்லையா மாற்ற வேண்டிய மாறுதல்களை அவன் கடத்திய அழகிய கருவி கவிதைகள் தானே. அதில் இன்றைய அரசியலையும் கடத்தலாம் தானே ஏன் எதிர்கால அறிவியலையும் கூட கடத்தலாம் தானே..கடலிலோ கவிதைகளிலோ மேலோட்டமாக நீந்தத் தெரிந்தவன் மீன்பிடிக்கிறான் மூச்சடக்கி மூழ்கத் தெரிந்தவனே முத்தெடுக்கிறான்.. கவி அதை பிடித்த காரணத்தால் அதற்கு ஒரு உரை எழுத விரும்பினேன் அவ்வளவுதான்.. ஒரு கவிஞனாக இல்லை கவிஞன் ஆகும் ஆசையில்தான் தொடங்குகிறேன் இக்கவிப் பயணத்தை ஆனாலும் பாதை எப்படி இருப்பினும் இப்பயணம் தொடரவே செய்யும்..!

# புதுக்கவிதை

சாயும் காலம் ஆறு மணி
மேற்கில் சூரியன் கிழக்கில் சந்திரன்

இருவரும் எதிரெதிர் சந்தித்த
வெட்கத்தில்
சிவந்தது வானம்

ஏதோ ஒரு மயக்கத்தில்
மத்தியில் நான்...

ooo

அடடா...
இதனால்தான்
இவ்வளவு இனிக்கிறதா
இந்த தமிழ்

அமிழ்தம் என்ற வார்த்தைக்குள்
எவ்வளவு அழகாக ஒளிந்துள்ளது...!

௦௦௦

தெளிந்த நீரதில்
நிலவான அவள் முகம்

எனக்கோ உயிர் போகும் தாகம்
கைப்பட்டால் களைந்து விடுமே அவள் முகம்

சரி போகட்டுமே உயிர்
அவளது முகத்தைப் பார்த்துக் கொண்டே...

ooo

அன்று காகிதங்களில்
சில விதைகள் விதைத்தேன்

இன்று அது வளர்ந்து
புத்தகப் பூக்களாய் மலர்ந்து விட்டது

விதைத்தது வேறொன்றுமில்லை
க(விதை)தான்....

௦௦௦

நாயொன்று பூனையை
கடித்துக்கொண்டிருந்தது

நான் இரக்கமுள்ளவன் அல்லவா
பத்திரமாக காப்பாற்றி விட்டேன்

அந்த ஆனந்தத்துடன் கிளம்பி விட்டேன்
அம்மா வாங்க சொன்ன
ஆட்டுக்கறியை வாங்குவதற்கு...

೦೦೦

என் காலில் குத்தியதும் ஒடிந்து விட்டது
ஐயோ பாவம்
என்னால் காயப்பட்டு விட்டதே அந்த முள்

நான் கருணையற்றவன்...

ooo

இல்லாதவர்களுக்கு தான்
அதன் அருமை புரியுமா

அப்படியானால்

இதயமே இல்லாதவர்களுக்கு தானே
அதன் அருமை
இறுதிவரை புரிவதேயில்லை

ooo

ஒற்றை மரமாக காத்திருக்கும்
என் நிழலின் மேல்
ஒருமுறையேனும் வந்து
ஓய்வெடுத்துப் போ

உதிரும் போது கூட
என் பூக்கள் அனைத்தும்
புன்னகைக்குமடி...

ooo

உலகின்
எல்லா உயிருக்கும்
ஒரே கையால்
உணவளிக்க முடியுமோ

ஆம்
அதுதானே ஈகை...

○○○

பெண்ணுக்கு உலகம்
சுதந்திரம் அளிப்பதே இல்லை

ஆனால் உண்மையோ

அவளிடம் தான்
அடிமைப்பட்டு கிடக்கிறது
ஒட்டுமொத்த உலகமும்

விசித்திர பூமிதான்...

ooo

முத்தின் விலையும் மதிப்பும்
விலைமதிப்பானது
இதனால் தானோ

ஆழியில் அவன் சிந்திய
வியர்வை துளியே

மூழ்கி முத்தாய் விளைந்தது
என்பதனால் தானோ

- **மீனவன்...**

௦௦௦

சரணாலயம் என்பதே
சமாதானத்துக்குதான்

என்பது கூடத் தெரியாமல்
சண்டை இடுகிறது

வகை வகையான
வண்ணப் பறவைகள்

- இந்திய தேசம்...

௦௦௦

இன்று மறைமதி நாளாம்
வானத்தில் நிலவில்லை
மாடிக்கு வா
ஒரு முறை பார்த்துக் கொள்கிறேன்...

ooo

ஒருமுறையேனும் என்னை
ரசிக்க மாட்டாளோ
எதிர்பார்ப்பது நானல்ல
எல்லாக் கவிதைகளும்

ஒரு முறையேனும் என்னை
திரும்பிப் பார்க்க மாட்டாளோ
ஏங்குவது நானல்ல
எட்டுத் திசைகளும் ...

ooo

காலையில் கோபித்து சென்ற
கணவன் கையில்

மாலையில் பூத்தது
சமாதான பூக்கள்

மனைவிக்கு வாங்கிய
மல்லிகை பூ...

ooo

செடியில் இருந்து பறித்த மலருக்கு
மீண்டும் உயிர் கொடுத்தாள்

அவள்தன் முடியில் சூடி..!

ooo

பார்ப்பவனுக்கு வேண்டுமானால்
அது வெறும் பயிர்
அதில் உழைப்பவனுக்கு அதுதானே
ஒவ்வொன்றும் உயிர்

- **விவசாயம்**

ooo

பாத்தி எனும் பாத்திரத்தில்
சூரியனின் சூட்டில் சமைக்கப்பட்டது
உலகமெல்லாம் செல்லும்
அந்த உணவு

- **உப்பு**

ooo

இரவும் பகலும் தூக்கம் அற்ற
தூக்கணாங்குருவி கூடு
அவள் காதணி

பேரரசு எல்லாம் பேரழகால் வென்று
வளையச் சிறையில்
அடைத்து வைத்தாள்
அவள் காலணி

೦೦೦

# ஆழமைதி

அமைதியின்
ஆழம் செல்ல வேண்டும்

ஆம்
நான் கொஞ்சம் உறங்குவதற்கு

விளக்கை அணைத்து படுத்துவிட்டேன்
ஆனாலும்
வெளியில் ஏதோ ஒரு சப்தம்

ஜன்னல் அனைத்தையும் சாத்திவிட்டேன்
மீண்டும்
சரசரவென ஒரு சப்தம்

சுழலும் விசிறி நிறுத்தி விட்டேன்
சூழலில் இல்லை சப்தம்
கண்ணை மூட ஆயத்தமானேன்
கடிகாரமுள்ளின் சப்தம்

கடுப்பில் அதையும் கழற்றி விட்டேன்
அங்கே காரிருள் நிசப்தம்

விழி மூடிய என்னுள் ஏதோ
விட்டு விட்டு சப்தம்

இருப்பதெல்லாம் நிறுத்தி விட்டேன்
இது என்ன புதிதான சப்தம்

புரிந்து கொண்டேன் நானும்
இது இதயத்துடிப்பின் சத்தம்

இனி கூற ஒன்றுமே இல்லை
ஆயுள் உள்ளவரை
எனக்கு
அமைதி என்பதே இல்லை...

౦౦౦

# தூர தேவதை

எதிரில் நடந்தாலும்
என் முகம் கூட நீ முழுதாய்
கண்டதுமில்லை

எனக்கும் உனக்கும்
எந்தவித உரையாடலுமே
இதுவரை நடந்ததுமில்லை

ஆனால் ஒரு சத்யம் செய்

நம் இருவருக்கும் இடையில்
நெருங்கவே முடியாத
நெருங்கிய ஒரு உறவிருந்ததை
நீயும் உணர்ந்தாய் தானே....

ooo

உன் மேல் நான் மோகம் கொண்டால்
நிச்சயம் அது பாவம்தான்

ஆனால்

ஒரு கவிஞனின் அருகிலேயே
இப்படி ஒரு அழகு இருக்க
அதை ரசிக்காமல் இருப்பதும்
நான் செய்த பாவமாகி விடாதா

ooo

என் வாழ்க்கை என்னும் பயணத்தில்
சில நிமிடம் நான் ரசித்த
ஜன்னலோர அழகிய அனுபவம் நீ

நான் இருளில் இருக்கும் போதெல்லாம்
சில நொடிகள் வந்து சென்ற
ஒரு மின்மினிப் பூச்சு நீ

பாலைவனம் எனும் என் பயண பாதையில்
ஆங்காங்கே நான் கண்ட
அழகிய நிழல் நீ

என் பார்வைகள் ஏதும்
அன்றுனை தொந்தரவு செய்ததோ
அதற்காக மன்னித்து விடு

சத்யமாக சொல்கிறேன்

உன்னை நான் அதிகம் ரசிக்க காரணம்
கவிதை தேவையே
அதற்குக் கூடவா அனுமதி தர மாட்டாய்
தூர தேவதையே...

ooo

நிலவே

நான் உன்னை ரசிப்பது
பிடிக்கவில்லையா
நேரடியாக சொல்லிவிடு

மேகங்களில் ஒளிந்து கொள்வதும்
மேலிருந்து எட்டிப் பார்ப்பதும்

என்ன விளையாட்டு இது

வானமென்ற
மொட்டை மாடிக்கு
வருவதும் போவதுமாய் இருக்கிறாய்

உனைக் காண
வாசலில் காத்திருப்பதில்
அப்படி என்ன தவறு கண்டாய்

அதிகம் அழகென்ற
ஆணவம் கொள்ளாதே
கொஞ்சம் என்னைக் கண்டுகொண்டால்
கொலை குற்றமாகாதே...

ooo

உனைக் காண வேண்டுமென
காத்திருந்த அத்தனை
மணித்துளிகளும்

உன் முகம் கண்ட ஒற்றை நொடியில்
முக்தியடைகிறதடி...

௦௦௦

கொலுசொலி கொண்டே
எனை கொலை செய்யும் பேரழகே
உன் பாதம் எடுத்து வைக்கும்
ஒவ்வொரு அடியுமே
பூமிக் கோவிலுக்கான
புனிதப் பாதயாத்திரை தானோ ...

০০০

# துன்பஅன்பு

வலியே அப்படி என்ன காதல் என் மேல்
ஏன் என்னை விலக மறுக்கிறாய்

நெஞ்சமெல்லாம் விதைக்கிறாய்
நெருஞ்சி முள்ளை
நீரில்லா தாகத்தில் நான்
ஒரு குறிஞ்சி முல்லை

அடைக்கலம் தேடி வந்த
பறவைகள் எல்லாம்
அதனதன் தேவையானதும்
பறந்து விட்டன
அப்படி என்ன பிடித்தது
அடம்பிடிக்கிறாயே நீ மட்டும்

ஆனாலுன் வரவால்தான் உணரமுடியுதோ
உலகத்தின் உண்மை முகங்களை
இந்தப் பாடம் போதும் வலியே
கடக்க முடியுமே இனிவரும் யுகங்களை

வலியே ஏன் விலக மறுக்கிறாய்
வந்த வேலை இன்னும் மிச்ச முள்ளதோ...?

ooo

# படைப்பழகு

ஒளியை உனக்குள் அழுத்தி வைத்து
உன்னை வெடிக்க வைத்தது
யார் பிரபஞ்சமே
வெடித்த பிறகும் வீங்கும் பலூன்
உனை ஊதி வைப்பது
யார் பிரபஞ்சமே

உண்மை சொல்
அது ஒளிந்து விளையாடும்
அந்த ஆதி ஒளிதானே

ooo

ஆர்ப்பரிக்கும் ஆட்டமெல்லாம்
அனுபவம் என்றாகுமோ
பேரண்டத்தின் பேரின்பமெல்லாம்
பேரமைதியை விட வேறாகுமோ

சமுத்திரத்தின் மேலே இந்த
சாதாரண அலைக்கே நீ மலைத்தால்
அதன் ஆழத்தின் அழகையெல்லாம்
என்னவென்று சொல்வது உலகே.

ooo

எத்தனை முறை
சுற்றி வந்தும் நம்மேல்
காதல் வரவில்லை என்ற விரக்தியில்

பூமியை விட்டு
கொஞ்சம் கொஞ்சமாய்
விலகிச் செல்கிறது நிலவு..

ooo

வண்ணப் பேரழகால்
வளைந்த வானவில்லே
எங்கே உன் அம்புகள்

காட்சியில் கூட நான்
காயப்பட வேண்டாம்
என்ற கருணையோ...

ooo

பேரண்டமே

அன்பு செய்கிறேனேயுனை
அழைத்து செல்ல மாட்டாயோ
அந்த அதிசயத்துள் எனை

வெட்டவெளியை வெறுமை என்று நம்ப
வெறும் விஞ்ஞானி என்றேதும்
நினைத்தாயோ

இறைவெளிதான் ஆனால் இருள் என்று நம்ப
ஒரு அஞ்ஞானி என்றேதும்
நினைத்தாயோ

அன்பென்ற ஈர்ப்பு கருந்துளைக்குள்
அதையும் கடந்து விரியும் அவ்வெளிக்குள்
கருணை என்ற அந்த ஆதி ஒளிக்குள்

அழைத்து செல்ல மாட்டாயோ எனை

ооо

நட்சத்திரம்

அனுதினமும் பூக்கும்
அதிசய மின்மினிப் பூக்கள்

ஆகாய மேடையில்
விழாக்கால விளக்குகள்

விண்வெளி எனும் கடலில்
வெளிச்சமுத்துக்கள்

பிரபஞ்ச வனம் உண்டாக
தூவப்பட்ட விதைகள்....

ooo

விண்வெளியே

அவள் கண் விழியில்
கால்பாதி கடன் வாங்கி

இரவு பகல் என்ற
உன் இரு அழகு படைத்தாயோ...

ooo

பிரபஞ்ச அழகிப்போட்டி நடக்கிறது
இறுதிப் போட்டியில்
என்னவளிடம் தோற்றுப் போனது
இந்தப் பிரபஞ்சம்...

ooo

# வலித்துணை

இடைவெளியற்ற இறுக்கத்துடன்
ஒருமுறை
அவளை கட்டி அணைத்து விட ஆசை
இடைவெளி தவிர எதுவுமே இல்லை
இதுவரை
எங்கள் இருவருக்குமிடையில்..

೦೦೦

அவள் கைபிடித்து நான் சென்ற
களைப்பில்லா பாதையும்

என் தோள் சாய்ந்து அவள் வந்த
தோழமையின் பயணமும்

இன்னும் சில தூரம் சென்றிருக்கலாமோ

நினைவுகளின் வாழ்நாளாவது
சிறிது காலம் நீண்டிருக்குமே...

౦౦౦

காதல் என்ற
ஒரே கைதிக்காப்பில்
இருவருமே கட்டுண்டு கிடந்தோம்

சமயம் ஒன்றில்
அறுந்து விட்டது அந்த சங்கிலி

விடுதலை வேண்டியே விலகிவிட்டோம்
காதலையும் கடந்து செல்ல..

ooo

உன் மனம் வலிக்கும்
வேளை மட்டும்
எனை தேடி வருகிறாய்

நீ என்னை தேடாத
வேளை எல்லாம்

என் மனம்
வலிப்பதை மட்டும்
ஏன் உணர மறுக்கிறாய்....

௦௦௦

யாரிடமிருந்தும் கிடைக்காத ஒன்று
நம்மிடம் எப்பொழுதும்
இருப்பது ஏனோ

- அன்பு


யாருக்குமே கொடுக்க விரும்பாத ஒன்று
நமக்கு எப்போதும்
கிடைப்பது ஏனோ

- தனிமை


௦௦௦

எந்த அளவு நெருங்க நினைத்தாயோ
அந்த அளவு விலகி விட்டாய்
நீ

எந்த அளவு நேசித்தேனோ அந்த அளவு
வெறுத்து விட்டேன்
நான்

நீ
மீண்டும் வரும்
எண்ணம் இருந்தால்
தயவு செய்து வேண்டாம்

நீ
திரும்பி மட்டும் வருவாய்
ஆனால்
திருந்தி வர மாட்டாயே...

ooo

அவன் பேசி அரையாண்டு காலம்
ஆகிவிட்டது
அதனால் அடக்க முடியாத கோபம்
அவளுக்கு

திடீரென வந்தது அவனிடமிருந்து ஒரு
குறுஞ்செய்தி
ஆனால் கோபத்தை முந்திவிட்டது அவளின்
அடக்கமுடியாத அழுகை

ooo

நான் விலகி இருக்கும் நேரம் அவளுக்கு அது
வலிக்கவே இல்லை எனும் போது
நான் அவளை சேர்ந்து வாழ மட்டும்
என்ன விதமான காரணம் இருந்து விடப்போகிறது.

ooo

காதலித்த இருவரும்
பிரிந்து விட்டார்கள்
கவலையில்
தற்கொலை செய்து கொண்டது

காதல்

ooo

அன்பு என்ற பெயரில்
அவளை நான் செய்த காயம் தான்
மாற்றான் என்ற மருந்தை
அவள் தேட காரணமோ

பாசம் என்ற பெயரில்
நான் செய்த போர் தான்
வார்த்தைகளால் என்மேல்
அவள் வாள் வீச காரணமோ

காமம் தன்னை கடந்து
காதல் அதை அறிந்து
காலமெல்லாம் பயணம் செய்ய
நான் பக்குவமற்ற பயணிதான்...

ooo

# தவறில்லை

முட்டாளாய் இரு
ஆனாலும் முயற்சி செய்து மாறி விடு

குழம்பி போ
ஆனாலும் கொஞ்சநாளில் தெளிந்து விடு

வலியை தாங்கு
ஆனாலும் அதிலுள்ள வலிமைக்கு ஏங்கு

கருணை கொள்
ஆனாலும் கொலை செய் ஆணவம்தனை

கண்மூடி தனமாய் நம்பு
ஆனாலும் பார்ப்பதற்கு ஏக்கம் கொள்

காந்தியாய் இரு
ஆனாலும் நேதாஜியை நெஞ்சில் வை

பாவம் செய்
ஆனாலும் புண்ணியத்தை தடுக்காமலிரு

ஏமாற்று
ஆனாலும் இனி ஏமாறத் தயாராய் இரு

தற்பெருமை கொள்
ஆனாலும் தகுதியை பார்த்துக்கொள்

செத்துப் போ
ஆனாலும் உயிர்களை வாழ வை

மீசை முறுக்கு
ஆனாலும் மிட்டாய் அப்பித் திண்

ooo

# நாளைய நாயகி

என்னவளே
என் நாளைய நாயகி
எனும் பெண்ணவளே

முகமும் அறியேன்
உன் முகவரியும் அறியேன்
உன்னாகவே மிஞ்சி இருக்கிறது
என் எஞ்சிய காலமெல்லாம்

ஆசை கொஞ்சம் அதிகம் தான்
அடிக்கடி தொல்லை தரும் பிள்ளையாவேன்
ஆனாலும் அந்த சில நாட்கள் மட்டும்
உன்னருகில் நான் அன்னையாவேன்

முதல் காதல் நீயென்ற பொய்யெல்லாம்
சொல்ல மாட்டேன்
இனி முழுகாதலும் உனையன்றி யாரிடமும்
பகிர மாட்டேன்

அடிமையாகமாட்டேன் என்று யார் சொன்னது
கொஞ்சம் அன்பு மட்டும் செய்து பாரேன்
ஆயுளுக்கும் உன் அதிகாரமே

சில நேரம் விட்டுக் கொடுக்க மறப்பேன்
மன்னித்துவிடு
உன்னைப் போலவே என்னையும்
நேசிக்கிறேன் நான்

நீ எனக்கு மட்டும் என்ற எண்ணத்தில்
ஒரு குழந்தையை விடக் குழந்தை நான்
அதை குறையாகப் நீ பார்த்தால்
குறைக்க முயள்வதும் என்முறைதான்

அழுகையிலும் கவலையிலும்
அணைத்துக்கொள்ள நீ வேண்டும்
அந்த கண நேரம் மட்டும்
என்னுடன் கண்ணாமூச்சி ஆடாதே

அனுமதியும் தருகிறேன்
சில நேரம் என்னை காயப்படுத்திக் கொல்
ஆனால் முத்தம் என்ற முதலுதவி பெட்டியை
உன் அருகிலேயே வைத்துக் கொள்

எதிர்காலம் வசதியா என்றெண்ணி
என் மீது காதல் கொண்டு விடாதே
எதிர்பார்ப்பு அதிகம் கொண்டு
நீயும் கூட என்னால் ஏமாறிவிடாதே

என் மீது கொண்ட காதல் தான்
உன் எதிர்காலம் என்றால் என்னோடுவா
வசதியில் வற்றி இருப்பினும்
வற்றாத பிரபஞ்சப் பேரன்புடன்
வருங்காலத்தில் உனக்காக ஒருவன்..

ooo

# வல்லரசு கனவு

அன்றும் நாங்கள் அடிமைதான்
அடித்து இயக்கிய
ஆங்கிலேயர்களுக்கு

இன்றும் நாங்கள் அடிமைதான்
நடித்து மயக்கம்
நடிகர்களுக்கு

ஐம்பது கோடி இளைஞர்கள்
அனைவர்க்கும் கனவுண்டு

ஆனால் அது உலகாளப்போகும்
நாட்டை பொறுத்ததோ இல்லையே
அடுத்து திரையால போகும் எங்கள்
நட்சத்திரத்தைப் பொறுத்ததே

ஐயா அப்துல் கலாம் அவர்களே
ஆசீர்வாதம் தாருங்கள்
நீங்கள் சென்ற பின்பு நாங்கள் கட்டும்
கனவு கோட்டையை பாருங்கள்

தேரிருந்தும் இழுக்க மாட்டோம்
தெய்வமிருந்தும் வணங்க மாட்டோம்
திருவிழா மட்டும் நடக்க வேண்டும்
எங்களுக்கு
திருவிழா மட்டும் நடக்க வேண்டும்

ooo

# ஊடல்தேடல்

ஆசையோடு என்னை நானே
காயப்படுத்திக் கொள்கிறேன்
அடிக்கடி அவள் முத்தம் என்ற
மருந்ததில் தெளிக்குமல்லவா

அர்த்தம் இன்றி கோபப்படும்
குழந்தையாகி போகிறேன்
கொஞ்ச நேரம் அவள் கொஞ்சும்
சுகம் கிடைக்குமல்லவா...

ooo

ஆபரணமே
அணிகலனே
அவள் மேனி தொட்டதால்
இன்னும் அழகாகி விட்டாய் நீ ...

ooo

இவ்வளவு நேரமும்கொட்டித்
தீர்த்தது மழை
அப்பொழுதெல்லாம் இந்த தாகம்
என்னிடம் இல்லை

மழையில் நனைந்த உன் பாதம் கண்டதும்
ஏன் என்னுள் இந்த தாகப் பிழை

கொட்டித் தீர்த்தமழை உன் பாதம்
பட்டதால் தீர்த்த மழையானதோ

சற்று பருகி கொள்ளலாமா
மழையை அல்ல
உன் பாதப் பேரழகை...

ooo

காய்ச்சலில் காணும்
சிறு இன்பம் போல் ஏனடி
ஒரு சுகமான வலியாகப் போகிறாய் ...

000

திருடி

இதற்குத்தான் இவ்வளவு நாளும்
நகம் வளர்த்தாயோ
ஊடலின் போது உடனடியாய்
என்னைப் பழிவாங்க

ஆகாயத்தின் மேல்
மின்னல் கீரல்போல்
ஆண் காயம் காந்துதடி

என்காதல் அரக்கியே
ஆனாலும் காயம்தா
எனையனைத்து இறுக்கியே..!...

ooo

என் ஆசையனும் மேகக் கூட்டங்கள்
அடைமழையாய்
பெய்யக் காத்திருக்கிறது
அவள் தேகத்தோட்டத்தின் மேல்...

ooo

மார்கழிப் பனிவிழும் போதெல்லாம்
மங்கை அவள் நினைவுதான்
மகரந்தம் சேர மாட்டேனோ
அந்த மலருடன் என்று ....

௦௦௦

இறங்கு வரிசை ஏறு வரிசை
என்ற கணித முறை
மிகவும் பிடித்துப் போனது
எனக்கல்ல
என் இதழ்களுக்கு

அவள் மேனியெனும் ஏணியில்
அக்கணக்கை தீர்ப்பதால்

என்னவளே
எங்கே என் இதழ்களுக்கான விடை...

ооо

மழையாய் அருவியாய்
ஆறாய் நதியாய்
நீரின் பயணமெல்லாம்
இதற்குத்தான்

பெண்ணே
உன் முகம் கழுவி
முக்தி கொடுத்து விடு நீருக்கு

உயிரின் தாகத்தை எல்லாம் தீர்க்கும் அதற்கு
தாகத்தில் உயிர் போய் விடக்கூடாதே

நீருக்குள்ளும்
நெருப்பின் மோகம் தொடங்கி விடுகிறது
நீ நனைய தொடங்கி விட்டால்

நீரோ ,நீ இருக்கும்
தைரியத்தில் பயணப்படுகிறது
போதும் உன்மேனி தொட்டால்...

ooo

# கவித்துவம்

எனதருமை எதிரியே

எத்தனையோ முடிவுகளில்
என் முட்டாள்தனம் உணர்ந்திருப்பாய்
ஆனால்
எடுத்த முடிவுகளின் முடிவுகளை
நான் இன்னும் வெளியிடவே இல்லையே

என் முடிவை தீர்மானிக்க நீ யாரோ...?

மழை பெய்ததும்
மறுநாள் முளைக்க
நான் புல் அல்லவே
புதைந்த மூங்கில் விதையாயிற்றே

அடங்கி இருப்பதும் கூட
என் வேரை என்னுள்
ஆழப்படுத்தும் ஒரு வித்தையாயிற்றே...!

ooo

தூண்டில் போட்டு மீன் பிடித்து
பிடித்த மீனை சுவைத்தேன் சமைத்து

முள் மாட்டிக்கொண்டது
என் தொண்டைக் குழியில்

இதுதான் அந்த கர்மபலன் என்பதோ...

ooo

நான் செய்த பாவத்தின்
நாற்றம்
அதிகம் என்பதால்

என்னை நெருங்க முடியாமலே
நேசிக்கிறாயோ இறைவா

தவறுக்கெல்லாம் தண்டனை தருவதில்
நீ தவறாமல் இருந்தாய்
புண்ணியத்தின் பலன் மட்டும் ஏன்
கொடுக்க கூசுதோ

ooo

உன்னிடம் ஒன்றுமில்லாத வரையில்
சிலருக்கு உன் வீடு மட்டும் தெரியும்
உன்னிடம் பணம் வந்த பிறகு தான்
உன் வீட்டிற்கான பாதை தெரியும்...

○○○

மட்டம் தட்டி தட்டியே
பலமாக்கி விடுகிறார்கள்
அல்லவா

மனத்தையும் சரி
மாளிகையின்
தளத்தையும் சரி...

ooo

உலகம்
இருளை விட
ஒளிக்குத் தான் அதிகம்
பயப்படுகிறது

ஒளியில் தானே
நடிக்க வேண்டியுள்ளது

இருளில்
நாம் நாமாகத்தானே
உள்ளோம்
நடிக்காமல்...

ooo

அர்த்தமற்ற சண்டையெல்லாம்
ஆண்மை என்றால்
அர்த்தமுள்ள பொறுமையெல்லாம்
பேராண்மையடா

000

உன்னை பயன்படுத்திய சிலரோ
இறுதியில் உனக்கிடும் பெயரோ
உதவாக்கரை என்பதுதான்

ஆனால் அதன்பிறகும்
உதவிவிடாதே அவர்களுக்கு

உதவாக்கரை என்ற
உதாரணப் பெயருக்கு...

ooo

யாரும் தேட வேண்டுமோ
தொலைந்து போ
எப்பொழுதும் உடனிருக்கும் ஒன்றை
எப்படித் தேட முடியும்...

ooo


அன்பெனும் அதிசயமே

இவரே என்னுயிர்
என்று எந்த உறவை நினைத்தாலும்

உள்ளிருந்து சிரித்துக் கொள்கிறதே
உயிர்

நானே சில காலம்
உன் நாடகத் துணைதான் என்று

நிதர்சனம் ...

ooo

புத்த அகம்

ஏவுகணையுள் எரிபொருள்
என் இனிய எழுதுகோளே

அணுவினை மிஞ்சிய ஆற்றல்
அறிவில் தோன்றிய தோற்றமே

ஆயுதங்களுக்கெல்லாம் அரசன்
அச்சடித்த புத்தகமே...

ooo

# கடிகாரம்

உலகத்தையே ஓடச் சொல்லி
நகர்த்திக்கொண்டு
நீ மட்டும் நகராமல் நின்று கொள்கிறாய்

முன்னான்கு எல்லைக்குள்
மூன்று ராஜ வாளுடன்
அசையாத அரியணையில் ஆட்சி செய்கிறாய்

அடுத்தது என்ன என்பதெல்லாம்
அறிந்து கொண்டும்
அமைதியாக ஏனோ அடங்கி கொள்கிறாய்
இரவெனும் பேரமைதி வேலை மட்டும்
உன் இதயத்துடிப்பின்
ஓசையை அறிய செய்கிறாய்

என்னதான் அப்படி
கட்டளையிட்டாயோ
காலத்தையே உன் கட்டுக்குள்
அடக்கி வைக்க

உன் முகம் பார்த்தே எழுகிறான்
மனிதன்
நீ வட்டத்தினுள் திட்டம் தீட்டிய
மாயக்கணிதன்...

००০

# கடலாளி

சமுத்திரத்தின் செல்வமெல்லாம்
நான் கரையில் சேர்த்தும்
இந்த கடலாளி இன்று வரை
கடனாளி தான் ஏனோ

கடல் நீரில் நனைந்த உடல் கரைவந்ததும்
காய்ந்து விடும்தான்
கண்கள் மட்டும் நனைய தொடங்கிவிடுதே
கண்ணீர் அலையால்

கடலில் நான் விரித்த வலையில் மீன்களும்
கரையில் சிலர் விரித்த வலையில் நாங்களும்

மீன் விற்றதும்
சென்று விடுவேன் வீட்டிற்கு
வியாபார வலையில்
நான் விழுந்ததை அறியாமல்

கடும் குளிர் மழையிலும்
கடலில்
கலம் செலுத்தி விடுவேன்
ஆனால்
கரையில் தான் நடுங்குகிறேன்
நான் செலுத்தாத கடனால்

கண் விளக்கின் மெழுகு
கரைந்தோடுகிறது அவளுக்கு
கடலுக்கு சென்ற கணவன்
இன்னும் கரை சேரவில்லையே

கரையில் உயிர்விடும் மீனுக்கு
இருக்கும் அவ்விலையும்
கடலில் உயிர்விடும் மீனவனுக்கு
இருப்ப திங்கில்லையே


அதுசரி அவனும் ஆழிக்கரையில்
வேட்டையாடப்படும்
ஓர் அதிசய மீன்தானே..

ooo

# யாரிறைவன்

ஐந்து வயதில்
அம்மா சொன்ன இறை நம்பிக்கை
என் ஐம்பது வயதிலும்
தொடர்கிறதே அதே நம்பிக்கை

இடையில்
அப்படி என்ன செய்தேனோ
எனக்கே என்மேல் ஓர் அவநம்பிக்கை

நான் அறிந்ததும் இல்லை
எனக்கு எந்த அனுபவமுமில்லை
நான் உணர்ந்ததும் இல்லை
அதைப்பற்றி உண்மை என்னிடமில்லை

இவனே இறைவன் என் என்றெடுத்துரைக்க
எனக்கென்ன தனியான தகுயுண்டு
என் சந்ததிக்கும் அப்படியே இதை கடத்த
இந்த பாதையும் ஒரு போதையாக வாய்ப்புண்டு

பல வருடம் சென்று விட்டேன்
இந்த பாடசாலை
ஆனால் படித்தேனா என்றால்
அது நிச்சயம் இல்லை

அவன் மேல் நம்பிக்கை எல்லாம்
நன்றாகத்தான்  உள்ளது
அதுவே உண்மை என்ற உரையளிக்க
என்னிடமென்ன அறிவுள்ளது

என் தேவைக்கு மட்டும் தேடினால்
அது தெய்வமில்லையே
தேடி அடையாத செல்வம்
அது செல்வம் இல்லையே

யாரிறைவன்
அவனா
அல்லது அதுவா
இல்லை எல்லாம் அவனதுவா...

ooo

# புதுக்கவிதை

அனுதினமும் அந்த நேரம் வருவேன்
என வாசலில் காத்திருப்பாள்

நான் வர தாமதம் ஆனாலோ
வாடிய மலர் போல் பூத்திருப்பாள்

அவள் என் மேல் காதல் கொண்டுள்ளாளா
என்றெல்லாம் எனக்கு தெரியாது

ஆனால் எனக்குள் காதல் மறந்து விட்டது
அவளின் அந்த காத்திருப்புக்காகவே...

೦೦೦

வெட்கத்தில் ஏன்
உன் விரல்கள்
வண்ணம் இல்லாக் கோலமிடுகிறது
என் பார்வை என்னும்
பண்டிகையை
வரவேற்கும் தோரணமா அது..!

○○○

நான் கண்டு விடுவேனோ
என சில நேரமும்
நான் காணக்கூடாது
என சில நேரமும்
நீ எடுக்கும் முயற்சிகளில்தான்
காட்டிக் கொடுத்து விடுகிறாய் உன் காதலை...

೦೦೦

துயர முட்களே சற்று
இளைப்பாரி விட்டே வாருங்கள்

இதற்கு முன் பாய்ந்த
அம்புகளின் ஆக்கிரமிப்பால்

என் இதயத்தில்
எந்த இடைவெளியுமே இல்லை

ஆனால் நிச்சயம் இதயத்தில் இடமுண்டு

ooo

மழையில் நனைய மிகவும் ஆசை
ஆனால் ஒருவரும் வீட்டை விட்டு
வெளியே செல்லவில்லை

பாவம்
வருத்தத்தில் குடை..

௦௦௦

பூமிப் பெண்ணவள்
மழையில் நனையும் அழகை
அடிக்கடி புகைப்படம்
எடுத்துக்கொள்கிறது வானம்

- மின்னல்

ooo

வாழ்க்கையெனும் பயணம்
சீக்கிரத்தில் முடிய
இருவிரலால் இயக்கப்படும்
புகைவண்டி

- சிகரெட்

ooo

எங்கோ ஒரு குழந்தையின் அழுகுரல் கேட்டதும்
ஆண் பெண் என்ற பேதமை இல்லாமல்
அனைவருக்குள்ளும் பிறந்து விடுகிறதே
தாய்மை...

௦௦௦

இசையே
நீ தூண்டிலானால்

இறை தேடிய மீனைப்போல்
தேடி வந்தே உன்னில் சிக்கி

துடிதுடித்தே
செத்துப் போவதும்
எனக்கு இன்னொரு
சொர்க்கம்தான்...

ooo

கவிதைக்கு பொய் தான்
அழகென்று பார்த்தால்

அவள்
கவிதைத் தோட்டம் அல்ல
கவிதைக் காடுதானோ...

ooo

ஓராயிரம் அணுகுண்டாய்
வெடிக்கிறது
ஒவ்வொரு குழந்தையின்
மகிழ்ச்சி

அதன் கையில்
ஒற்றை மத்தாப்பை
பற்ற வைத்ததும்...

௦௦௦

அடைக்கப்பட்டது
தொடர்வண்டியின் வாயிற் கதவு

சாலையில்
தொடர்வண்டியாய் நிற்கிறது
வாகனங்கள் அனைத்தும்...

ооо

அர்த்தமற்ற சிலவற்றை
நீங்களே அனுபவித்துக்கொள்ளுங்கள்
நான் உலகத்தையும் உங்களையும்
அதிகம் ரசிக்கவே பிறந்தேன்

- இப்படிக்கு
  கவிஞன்

ooo

எல்லா முத்தமும்
அன்பின் வெளிப்பாடுதான்
என்றால் எப்படி..?

முத்தமிட்டுத் தானே ஒருவன்
கொலை செய்யக்
காட்டிக் கொடுத்தான்
இயேசுவை ...

ooo

அவளின் தேடல்
இப்பொழுதுதான் தொடங்கியது
ஆனால் அதற்குள்
புத்தகங்களுக்குள் போட்டி

இந்த புதுக்கவிதை
யாரை தேர்வு செய்யுமோ என்று...

ooo


அன்பெனும் அதிசயமே

அப்படித்தான் அன்றோருநாளும்
நூலகம் தனில் அமர்ந்திருந்தேன்
நுழைந்தால் அவள்

கவிதைகள் பிரிவு
எங்குள்ளதென்றால்

கண்ணாடி பார்
என்ற விடையளித்து
விடை பெற்றேன் நான்...

ooo

பிடித்த உடையணிந்த
அன்று மட்டும்
புதிய உடையணிந்த
அன்று மட்டும்

நம் அழகு அதுவாகவே சற்று
அதிகமாகி விடுவதை கவனித்தீர்களா

௦௦௦

முக்கனிகளுமே
ஒன்றாய் சேர்ந்து முயன்றும்
தோற்றுப் போய்விட்டது

அவள் ஈரிதல் கொண்ட
இனிப்பு சுவையுடன் போரிடுகையில் ...

ooo

அந்தரத்தில்
அந்த இதயராஜா அரண்மனை

அவ்விடத்தில்
ஓர் இளையராணி பணிவிடை

படைகள் சூழ பத்திரமாய்
அந்த இளவரசி

- தேன்

ooo

அவளுக்கு ஏன் வரதட்சனை
அவளே வரமாய் வரும்
தட்சனை தானே

- மணப்பெண்

ooo

காலமே
என் கடைசி ஆசை இவ்வளவுதான்

வாழ்நாள் எல்லாம்
சாகடித்து விட்டாய்

இறக்கும் பொழுதேனும்
வலியில்லாமல் சாகும்
வரமொன்று தருவாயோ...

௦௦௦

கடவுளே
நீ கருணை வடிவானவன்
என்று உன்னிடம் என் கைகள் வேண்டுமே
அது உண்மையானால்

இந்நேரம் நீ என்னை
கருணைக்கொலை செய்திருக்க வேண்டுமே..?

௦௦௦

# அன்பெனும் அதிசயம்

தேவரனைவரும்
தேடிய இடம் இதுதானல்லவா
தேவதைகள்
பிறந்த மடம் இதுதானல்லவா

பெரியோர் சொன்ன
பேரறிவெல்லாம் இதுதானல்லவா
பிரபஞ்ச கரு
பிறந்த இடமும் இதுதான் அல்லவா

நாம் தேடும்
நாயகன் அவனும் இதுதான் அல்லவா
நான்கு வேதமும்
ஓதும் ரகசியம் இது தான் அல்லவா

நான் என்ற நானழித்த
நான் விடை பெற்றேன்

ஞானமே
நீ வேறொன்றுமில்லை

அனைத்திற்கும் மூலமாம்
ஆதி அணுவாம்
அன்பெனும் அதிசயமே...

ooo

# அக்காள் மகள்

அதுவொரு மாலை வேளை
பேருந்தின் பயண வேளை

நின்றிருந்த யாரோ அக்காள் ஒருத்தி
அவள் மகளை என் மடியில் அமர்த்தி
அரை மணி நேரம் வைக்க முடியுமோ
அதற்குள் நிறுத்தம் வந்துவிடும் என்றாள்

அப்பயணம் அன்றெனக்கு புதிதானது
இன்றுமே எனக்கு அது புனிதமானது

கோடி யுத்தத்தில் வென்ற ஒருவனும்
குழந்தை முத்தத்திற்கு அடிமையல்லவா
முத்தம் ஒன்று தா என்றேன்
முடியாது என்று தலையசைத்தது

நான் கொடுத்துக் கொள்ளவா என்றேன்
அனுமதி கொடுப்பதற்கு கொஞ்சம் யோசித்து
என் அலைபேசியை ஈடாக பறித்துக்கொண்டது
அருகில் இருந்த அக்காள் சிரித்துக் கொண்டது

அடிக்கடி அதனை முத்தமிட்டேன்
அவளும் அக்காள் மகள் தானே

மருமகள் அவள் என் அலைபேசியை
தன் மார்போடு அணைத்துக் கொண்டு
நிறுத்தம் வந்ததும் நிறுத்தி கேட்டாள்
இது எனக்குத் தருவீர்களா என்று

பயணத்தில் நான் கொடுத்த முத்தத்தில்
எனக்கு பாதி கொடு தருகிறேன் என்றேன்
திட்டிக்கொண்டே சென்று விட்டாள்
நீ ஒரு திருட்டு மாமா என்று...

ooo

# ஞானமுதே

ஞானமே

பேரமுதின் பெருங்கடலே
உன்னில் கலந்து விட்டால் போதும்

ஆதார உச்சியில்
ஊறுதே எச்சில்
பேரின்பம் எனும் உன் பெருஞ்சுவையை
அடைய வேண்டி

ஆலகாலம் அருந்திய வலியை போல்
அனைத்துநாளும் கடந்தெல்லாம்
ஆன்ம வீடாகிய உனை
கடைசியில் காணத் தானா

முள் கிரீடம் தன்னை
சுமந்து வந்ததெல்லாம்
முடிவினில்
முடி கிரீடம் உன்னை
அடையத் தானா

 அன்பெனும் அதிசயமே

கண்டுவிட்டேன் உனை
நீ கைக்கெட்டும் தூரம் தான்
சமய மத பட்டமெல்லாம்
இனி சரியான பாரம்தான்

ஞானமே

பேரமுதின் பெருங்கடலே
உன்னில் கலந்து விட்டால் போதும்..

-   இப்படிக்கு
    நதியாகிய நான்

      ௦௦௦